Impressum
Verlag: BABADADA GmbH, Nedderfeld 112 , 22529 Hamburg
Geschäftsführer / Verlagsleitung: Harald Hof
Druck: Books on Demand GmbH, In de Tarpen 42, 22848 Norderstedt

Imprint
Publisher: BABADADA GmbH, Nedderfeld 112 , 22529 Hamburg, Germany
Managing Director / Publishing direction: Harald Hof
Print: Books on Demand GmbH, In de Tarpen 42, 22848 Norderstedt, Germany

sekolah

trường học

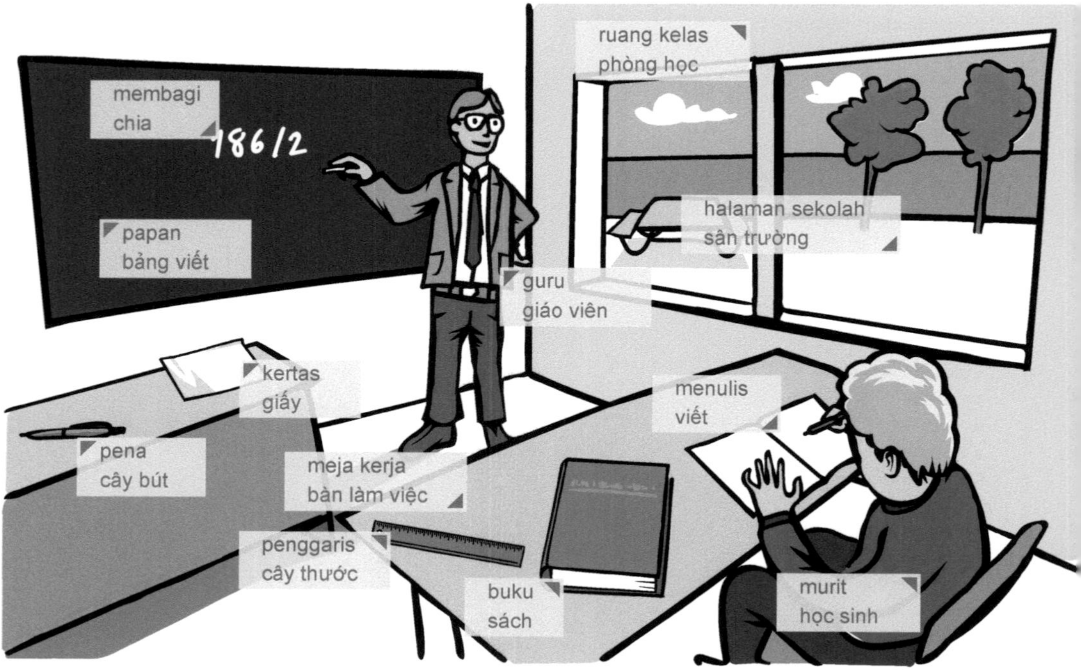
membagi
chia
186/2
ruang kelas
phòng học
papan
bảng viết
halaman sekolah
sân trường
guru
giáo viên
kertas
giấy
menulis
viết
pena
cây bút
meja kerja
bàn làm việc
penggaris
cây thước
buku
sách
murit
học sinh

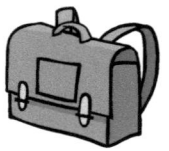

tas sekolah

cặp đeo vai học sinh

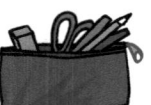

tempat pensil

hộp đựng bút

pensil

bút chì

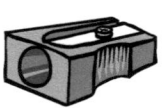

pengasah pensil

cái gọt bút chì

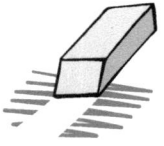

penghapus

cục tẩy

kertas gambar

tập giấy vẽ

gambar

bản vẽ

kuas

cọ vẽ

kotak cat

hộp mực vẽ

gunting

cây kéo

lem

keo dán

buku latihan

sách bài tập

pekerjaan rumah

bài tập ở nhà

angka

số

tambhakan

cộng

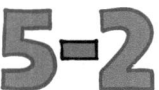

mengurangi

trừ

mengalikan

nhân

menghitung

tính toán

huruf

chữ cái

ABCDEFG
HIJKLMN
OPQRSTU
VWXYZ

alfabet

bảng chữ cái

hello

kata

từ

teks

văn bản

membaca

đọc

kapur

phấn viết

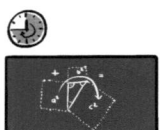

pelajaran

bài học

daftar

sổ lớp

ujian

thi kiểm tra

sertifikat

chứng chỉ

seragam sekolah

đồng phục học sinh

pendidikan

giáo dục

ensiklopedi

từ điển bách khoa

universitas

đại học

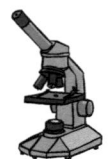

mikroskop

kính hiển vi

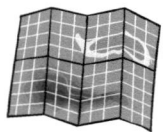

peta

bản đồ

tempat sampah

thùng rác giấy

perjalanan
du lịch

hotel
khách sạn
Grand
hostel
nhà trọ
ROOMS
kantor pertukaran mata uang
quầy đổi tiền
koper
va li
mobil
xe ô tô

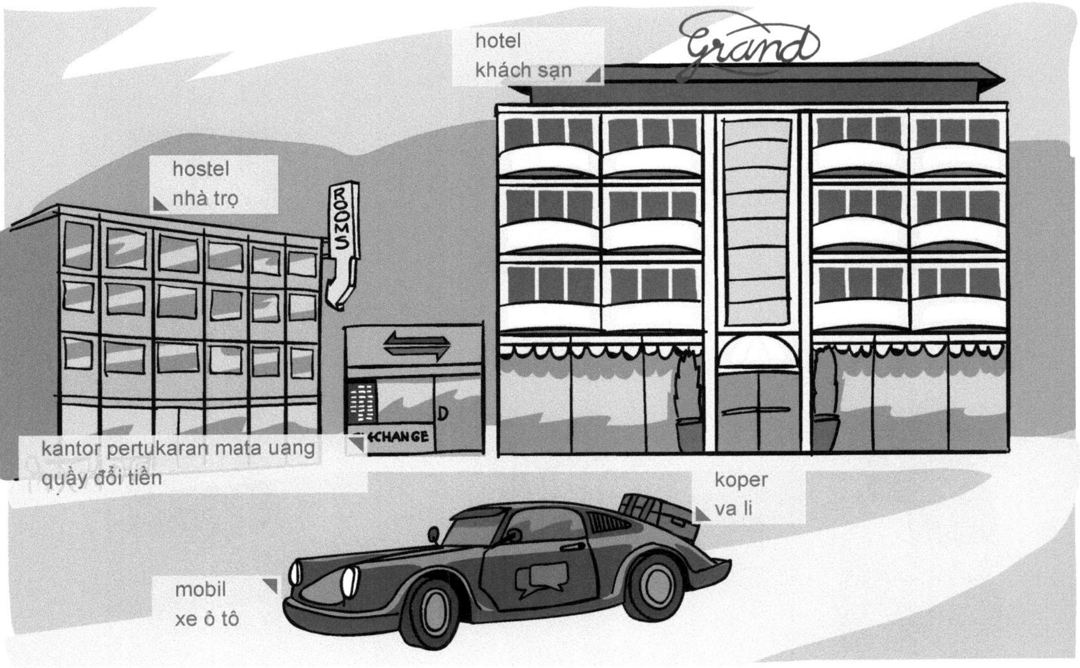

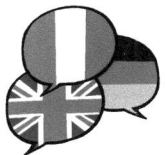

bahasa

ngôn ngữ

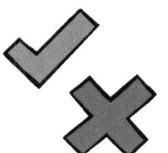

ya / tidak

có / không

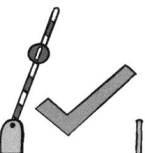

okay

ô kê

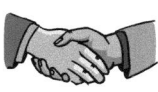

hallo

Xin chào

penerjemah

thông dịch viên

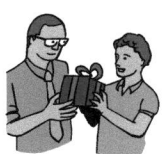

terima kasih

cám ơn

Berapa harganya…?

… bao nhiêu tiều?

masalah

vấn đề

saya tidak mengerti

tôi không hiểu

Selamat malam!

Xin chào! (buổi tối)

Selamat siang!

xin chào! (buổi sáng)

Selamat tidur!

chúc ngủ ngon!

sampai jumpa

tạm biệt

arah

hướng đi

bagasi

hành lý

tas

túi xách

ransel

túi ba lô

tamu

khách

ruang

phòng

kantong tidur

túi ngủ

tenda

lều

informasi wisata

thông tin du lịch

pantai

bãi biển

kartu kredit

thẻ tín dụng

sarapan

ăn sáng

makan siang

ăn trưa

makan malam

ăn tối

tiket

vé xe

elevator

thang máy

perangko

tem bưu điện

perbatasan

biên giới

cukai

hải quan

kedutaan

đại sứ quán

visa

thị thực

paspor

hộ chiếu

transportasi
vận chuyển

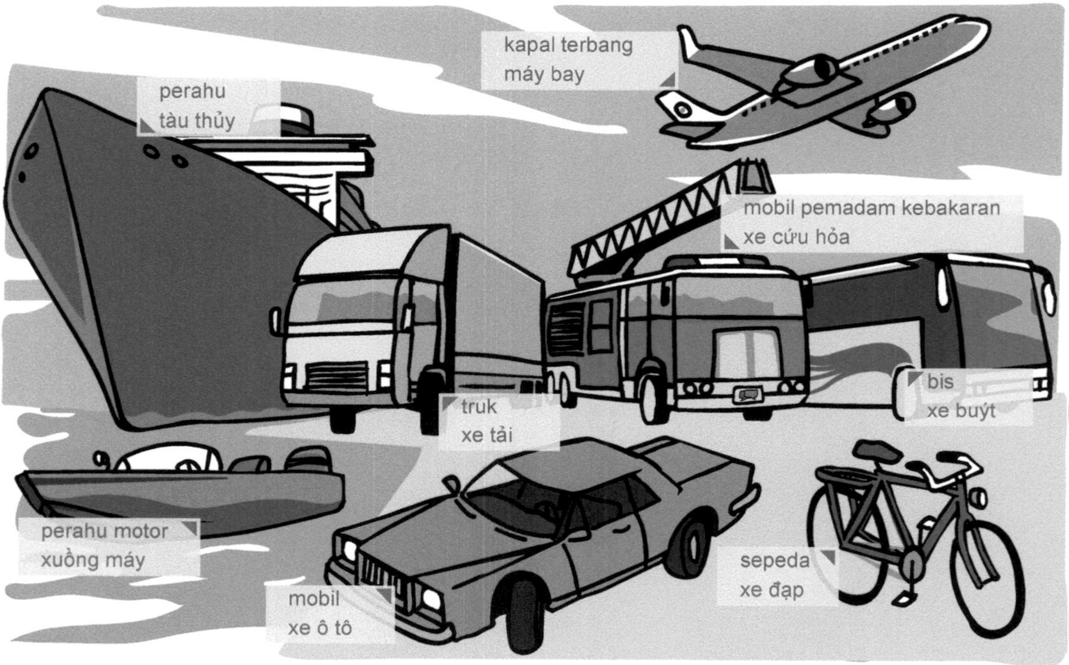
kapal terbang
máy bay
perahu
tàu thủy
mobil pemadam kebakaran
xe cứu hỏa
truk
xe tải
bis
xe buýt
perahu motor
xuồng máy
mobil
xe ô tô
sepeda
xe đạp

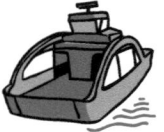

feri

phà

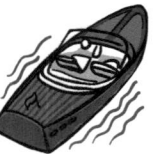

perahu

xuồng

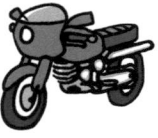

sepeda motor

xe máy

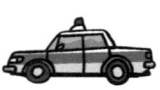

mobil polisi

xe cảnh sát

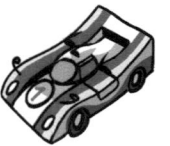

mobil balapan

xe đua

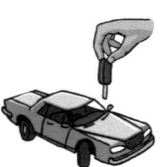

mobil sewa

xe cho thuê

berbagi mobil

dịch vụ thuê xe tự lái

truk derek

xe kéo cứu hộ

truk sampah

xe rác

motor

động cơ

bahan bakar

xăng

bensin

trạm xăng

tanda lalulintas

biển báo giao thông

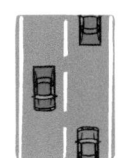

lalulintas

giao thông

macet

ách tắc giao thông

parkir mobil

bãi đậu xe

stasiun kereta

nhà ga

trek

đường ray

kereta api

xe lửa

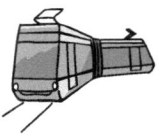

tram

tàu điện

gerobak

toa xe

helikopter

máy bay trực thăng

bendara

sân bay

menara

tháp

penumpang

hành khách

container

côngtenơ

karton

thùng các-tông

troli

xe đẩy

keranjang

cái giỏ

berangkat / mendarat

cất cánh / hạ cánh

kota

thành phố

desa

làng

pusat kota

trung tâm thành phố

rumah

nhà

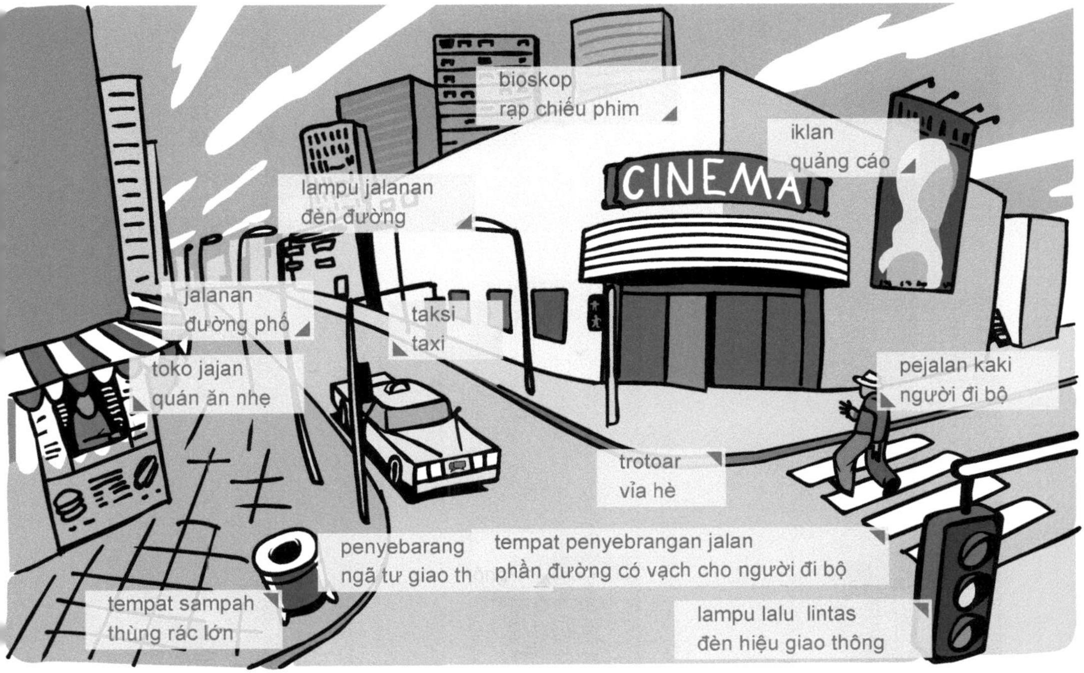

bioskop
rạp chiếu phim

iklan
quảng cáo

lampu jalanan
đèn đường

CINEMA

jalanan
đường phố

taksi
taxi

toko jajan
quán ăn nhẹ

pejalan kaki
người đi bộ

trotoar
vỉa hè

penyebarang
ngã tư giao th

tempat penyebrangan jalan
phần đường có vạch cho người đi bộ

tempat sampah
thùng rác lớn

lampu lalu lintas
đèn hiệu giao thông

gubuk

nhà chòi

rumah flat

căn hộ

stasiun kereta

nhà ga

balai kota

tòa thị chính

museum

viện bảo tàng

sekolah

trường học

universitas

đại học

bank

ngân hàng

rumah sakit

bệnh viện

hotel

khách sạn

farmasi

hiệu thuốc

kantor

văn phòng

toko buku

hiệu sách

toko

cửa hiệu

toko bunga

cửa hiệu bán hoa

supermarket

siêu thị

pasar

chợ

toko serba ada

cửa hàng bách hóa

nelayan

người bán cá

pusat belanja

trung tâm mua bán

pelabuhan

bến cảng

taman

công viên

banku

ghế băng

jembatan

cầu

tangga

cầu thang

kereta bawah tanah

tàu điện ngầm

terowongan

đường hầm

pemberhantian bis

trạm xe buýt

bar

quán bar

restauran

khách sạn

kotak surat

hòm thư công cộng

tanda jalan

bảng hiệu đường

meteran parkir

đồng hồ đậu xe

kebun binatang

vườn bách thú

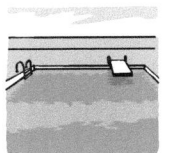

kolam renang

bể bơi

mesjid

nhà thờ Hồi giáo

pertanian

nông trại

polusi

ô nhiễm môi trường

kuburan

nghĩa trang

gereja

nhà thờ

tempat bermain

sân chơi

pura

ngôi đền

pemandangan
phong cảnh

daun
lá cây

penunjuk arah
bảng chỉ đường

jalanan
lối đi

padang rumput
bãi cỏ

batu
hòn đá

pejalak kaki
người đi bộ đường dài

pohon
cây

sungai
sông

rumput
cỏ

bunga
bông hoa

lembah

thung lũng

bukit

đồi

danau

hồ nước

hutan

rừng

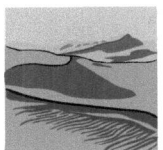

padang gurun

sa mạc

gunung berapi

núi lửa

istana

lâu đài

pelangi

cầu vồng

jamur

nấm

pohon palem

cây cọ

nyamuk

con muỗi

lalat

con ruồi

semut

con kiến

lebah

con ong

laba-laba

con nhện

kumbang

bọ cánh cứng

kodok

con ếch

tupai

con sóc

landak

con nhím

kelinci

con thỏ

burung hantu

con cú

burung

con chim

angsa

thiên nga

babi jantan

heo rừng

rusa

con hươu

rusa

nai sừng tấm

bendungan

đê

turbin angin

tuabin gió

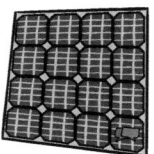

panel surya

tấm năng lượng mặt trời

iklim

khí hậu

pelayan
bồi bàn

daftar makanan
thực đơn

kursi
ghế

sup
súp

pizza
bánh pizza

peralatan makan
bộ dao nĩa ăn

taplak
khăn trải bàn

hindangan pembuka

món ăn khai vị

hidangan utama

món ăn chính

hidangan penutup

món tráng miệng

minuman

thức uống

makanan

thức ăn

botol

cái chai

fastfood

thức ăn nhanh

masakan jalanan

thức ăn đường phố

teko teh

ấm trà

kaleng gula

hộp đường

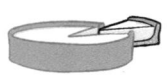

porsi

khẩu phần

mesin espresso

máy pha espresso

kursi tinggi

ghế cao

tagihan

hóa đơn

baki

khay

pisau

dao

garpu

nĩa

sendok

thìa

sendok teh

thìa uống trà

serbet

khăn ăn

gelas

cốc thủy tinh

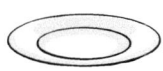

piring

đĩa

piring sup

đĩa súp

lepek

đĩa lót cốc

saus

nước sốt

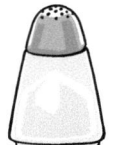

tempat garam

lọ muối

gilingan merica

cái xay tiêu

cuka

giấm

minyak

dầu

bumbu

gia vị

saus tomat

nước xốt cà chua

mustar

tương hạt cải

mayones

nước sốt mayonnaise

supermarket

siêu thị

penawaran khusus
chào giá đặc biệt
FOR
klien
khách hàng
produk susu
sản phẩm từ sữa
buah
trái cây
troli
xe đẩy mua sắm

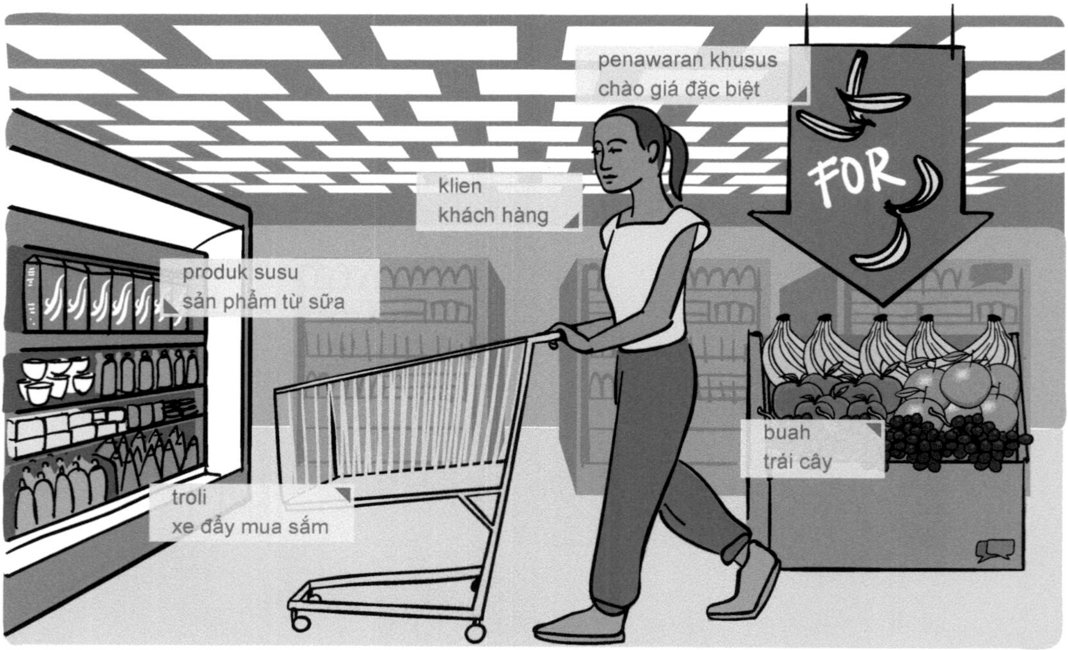

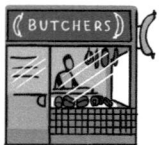

BUTCHERS

pembantai

lò mổ

BAKERY

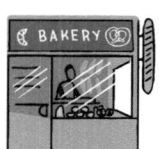

toko roti

cửa hiệu bán bánh mì

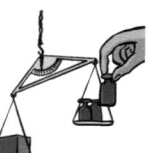

menimbang

cân nặng

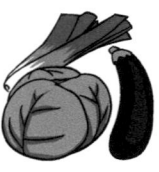

sayur

rau quả

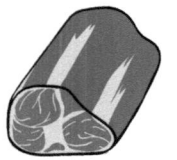

daging

thịt

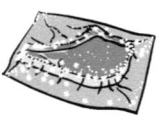

makanan beku

thức ăn đông lạnh

pemotongan dingin

lát thịt nguội

makanan kaleng

đồ hộp

sabun serbuk

bột giặt

permen

đồ ngọt

alat-alat rumah tangga

sản phẩm dùng trong gia đình

obat pembersihan

chất tẩy rửa

penjual

người bán hàng

kasa

quầy trả tiền

kasir

nhân viên thu ngân

daftar belanja

danh sách mua sắm

jam buka

giờ mở cửa

dompet

ví tiền

kartu kredit

thẻ tín dụng

tas

túi đeo

kantong plastik

túi ny lông

air

nước

jus

nước quả ép

susu

sữa

cola

coca-cola

anggur

rượu vang

bir

bia

alkohol

cồn

coklat

cacao

teh

trà

kopi

cà phê

espresso

espresso

cappucino

cappuccino

pisang

chuối

apel

quả táo

jeruk

quả cam

semangka

dưa hấu

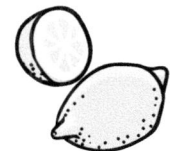

jeruk lemon

chanh

wortel

cà rốt

bawang putih

tỏi

bambu

tre

bawang bombai

củ hành

jamur

nấm

kacang

hạt dẻ

mi

mì

spagetti

mì spaghetti

nasi

cơm

salat

xà lách

kentang goreng

khoai tây chiên

kentang goreng

khoai tây chiên

pizza

bánh pizza

hamburger

bánh hamburger

sandwich

bánh mì sandwich

sayatan

thịt côtlet

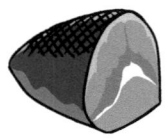

ham

thịt giăm bông

salami

xúc xích

sosis

dồi

ayam

gà

menggoreng

rán

ikan

cá

bubur gandum

cháo yến mạch

sereal

cháo muesli

cornflakes

bánh bột ngô nướng

tepung

bột mì

croissant

bánh sừng bò

roti

bánh mì

roti

bánh mì

toast

bánh mì nướng

biskuit

bánh bích quy

mentega

bơ

dadih

sữa đông

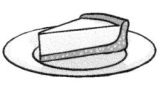

kue

bánh ngọt

telur

trứng

telur goreng

trứng rán

keju

pho mát

eskrim

kem

gula

đường

madu

mật ong

selai

mứt

krim nugat

kem nougat

kare

cà ri

makanan - thức ăn

pertanian
nông trại

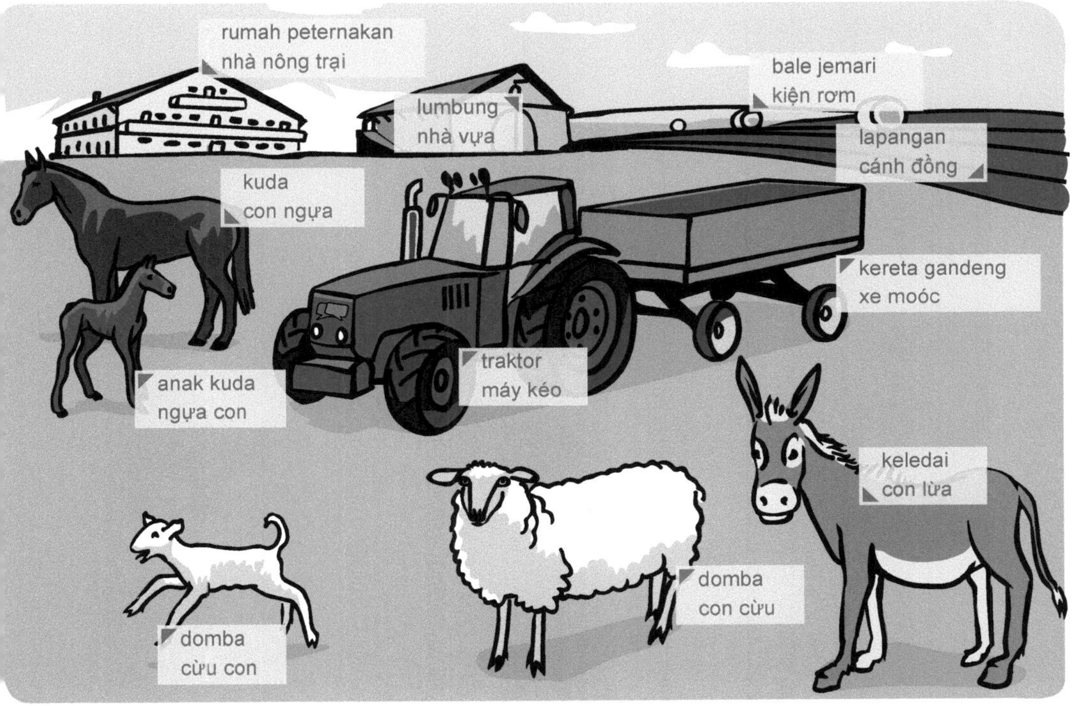
rumah peternakan
nhà nông trại
bale jemari
kiện rơm
lumbung
nhà vựa
lapangan
cánh đồng
kuda
con ngựa
kereta gandeng
xe moóc
traktor
máy kéo
anak kuda
ngựa con
keledai
con lừa
domba
con cừu
domba
cừu con

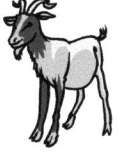

kambing

con dê

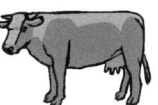

sapi

con bò

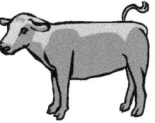

betis

con bê

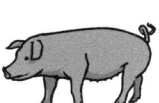

babi

con lợn

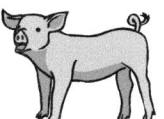

celeng

lợn con

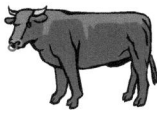

banteng

bò đực

angsa

con ngỗng

bebek

con vịt

anak ayam

gà con

ayam

gà mái

ayam jantan

gà trống

tikus

con chuột

kucing

mèo

tikus

chuột nhắt

lembu

bò đực

anjing

con chó

rumah anjing

nhà chuồng chó

selang

ống tưới vườn cây

penyiram

thùng tưới cây

sabit

lưỡi hái

bajak

cái cày

sabit

cái liềm

cangkul

cái cuốc

garpu rumput

cái chĩa

kapak

cái rìu

gerobak

xe cút kít

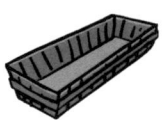

palung

máng ăn

kaleng susu

lọ sữa

karung

bao tải

pagar

hàng rào

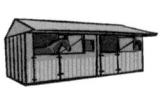

kandang

chuồng

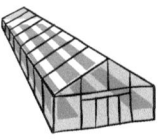

rumah kaca

nhà kính trồng cây

tanah

đất trồng

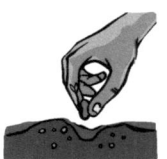

benih

hạt giống

pupuk

phân bón

mesin pemanen

máy gặt đập liên hợp

panen

thu hoạch

panen

mùa thu hoạch

yams

khoai lang

gandum

lúa mì

kedelai

đậu nành

kentang

khoai tây

jagung

ngô

lobak

hạt cải dầu

pohon buah

cây ăn trái

singkong

sắn

sereal

ngũ cốc

rumah
nhà

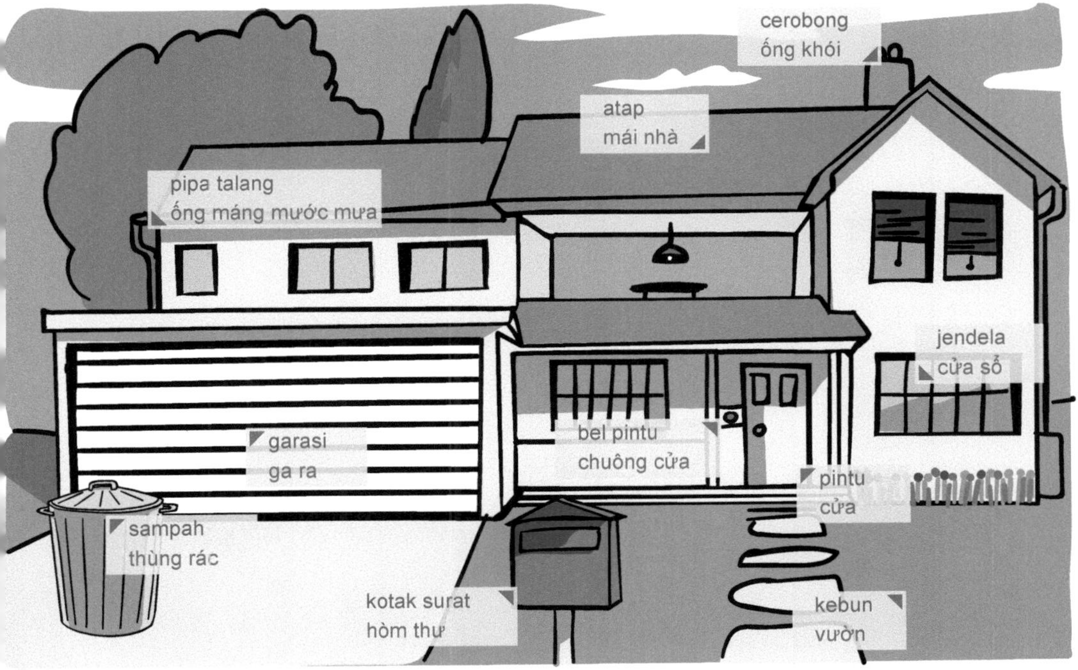

cerobong
ống khói
atap
mái nhà
pipa talang
ống máng mước mưa
jendela
cửa sổ
bel pintu
chuông cửa
garasi
ga ra
pintu
cửa
sampah
thùng rác
kotak surat
hòm thư
kebun
vườn

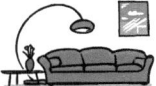

ruang tamu

phòng khách

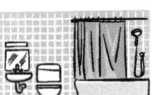

kamar mandi

phòng tắm

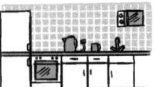

dapur

bếp

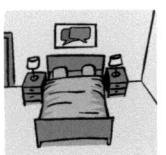

kamar tidur

phòng ngủ

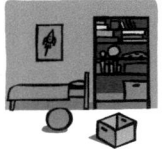

kamar anak

phòng trẻ em

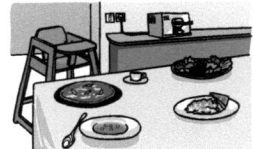

kamar makan

phòng ăn

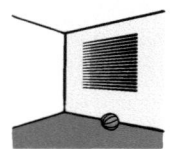

lantai

nền nhà

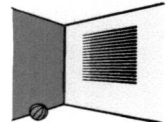

tembok

tường

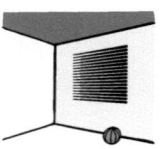

atap

trần nhà

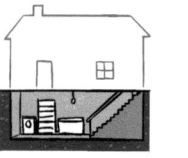

gudang di bawah tanah

tầng hầm

sauna

tấm hơi

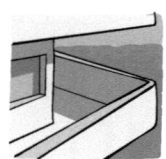

balkon

ban công

teras

sân hiên

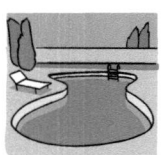

kolam renang

bể bơi

mesin pemotong rumput

máy cắt cỏ

sprei

khăn trải giường

selimut

khăn trải giường

tempat tidur

giường

sapu

chổi

ember

cái xô

tombol

công tắc điện

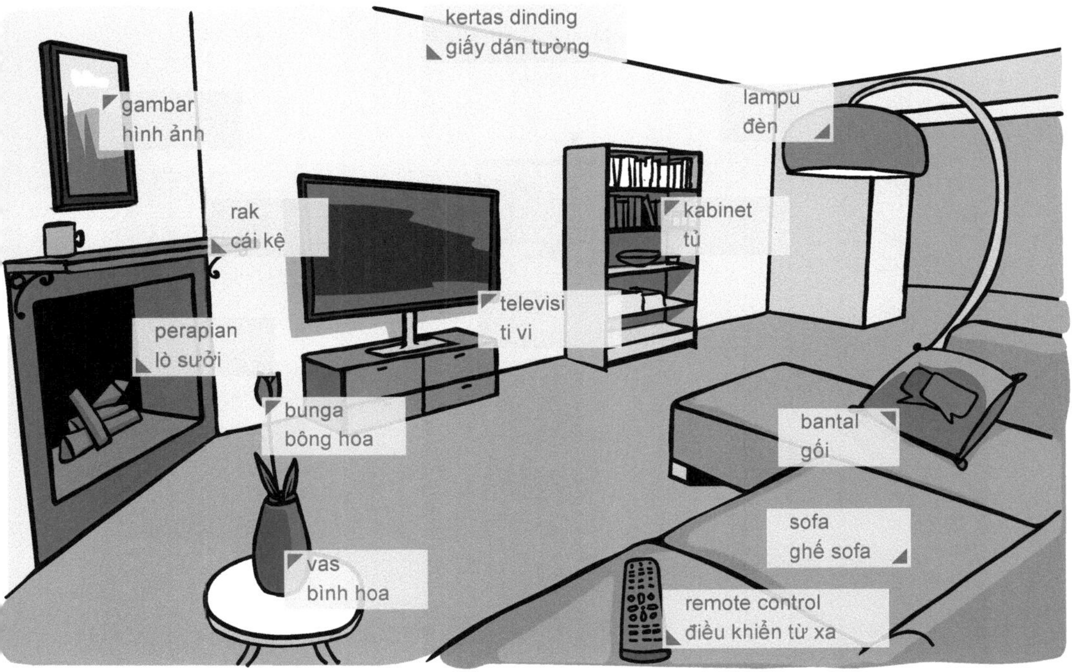

kertas dinding
giấy dán tường

gambar
hình ảnh

lampu
đèn

rak
cái kệ

kabinet
tủ

televisi
ti vi

perapian
lò sưởi

bunga
bông hoa

bantal
gối

sofa
ghế sofa

vas
bình hoa

remote control
điều khiển từ xa

karpet
thảm

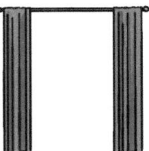

korden
rèm

meja
cái bàn

kursi
ghế

kursi goyang
ghế bập bênh

kursi malas
ghế bành

buku

sách

selimut

cái chăn

dekorasi

đồ trang trí

kayu bakar

củi

filem

phim

hi-fi

máy hi-fi

kunci

chìa khóa

koran

báo

lukisan

bức tranh

poster

áp phích

radio

radio

buku tulis

sổ ghi chép

penyedot debu

máy hút bụi

kaktus

cây xương rồng

lilin

cây nến

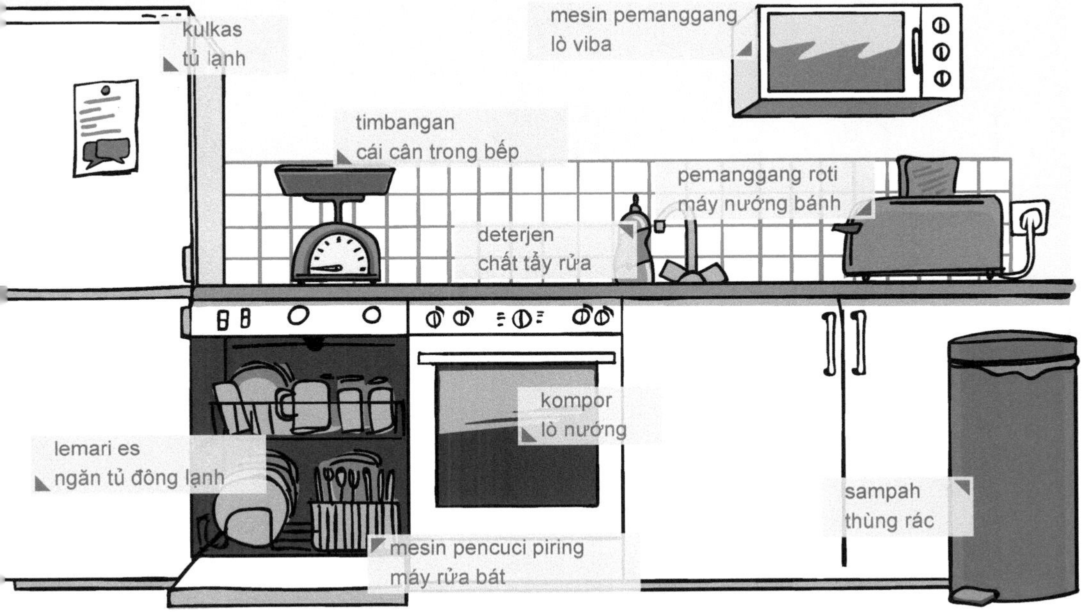

kulkas
tủ lạnh

mesin pemanggang
lò viba

timbangan
cái cân trong bếp

pemanggang roti
máy nướng bánh

deterjen
chất tẩy rửa

kompor
lò nướng

lemari es
ngăn tủ đông lạnh

sampah
thùng rác

mesin pencuci piring
máy rửa bát

kompor
lò nấu

panci
nồi

panci besi
nồi sắt

wajan
chảo

panci
chảo

pemanas air
ấm đun nước

panci pengukus makanan

nồi đun hơi

nampan

khay lò nướng

piring

bát đĩa

cangkir

cốc

mangkok

cái bát

sumpit

đũa

sendok sup

cái vá

sudip

bàn xẻng

mengocok

que đánh kem

saringan

rây dùng trong bếp

saringan

cái rây lọc

parutan

cái nạo

mortir

vữa

barbeque

vỉ nướng

api terbuka

ngọn lửa trần

papan memotong

cái thớt

gilingan

trục cán bột

alat pembuka botol

cái mở nút chai

kaleng

vỏ đồ hộp

pembuka kaleng

cái mở vỏ đồ hộp

pegangan panci

miếng nhấc nồi

wastafel

bồn rửa bát

sikat

bàn chải

busa

miếng xốp

mesin pencampur

máy xay

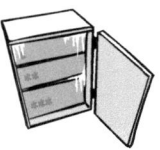

lemari es

tủ đông lạnh

botol bayi

bình sữa cho trẻ sơ sinh

keran

vòi nước

dapur - bếp

kamar mandi
phòng tắm

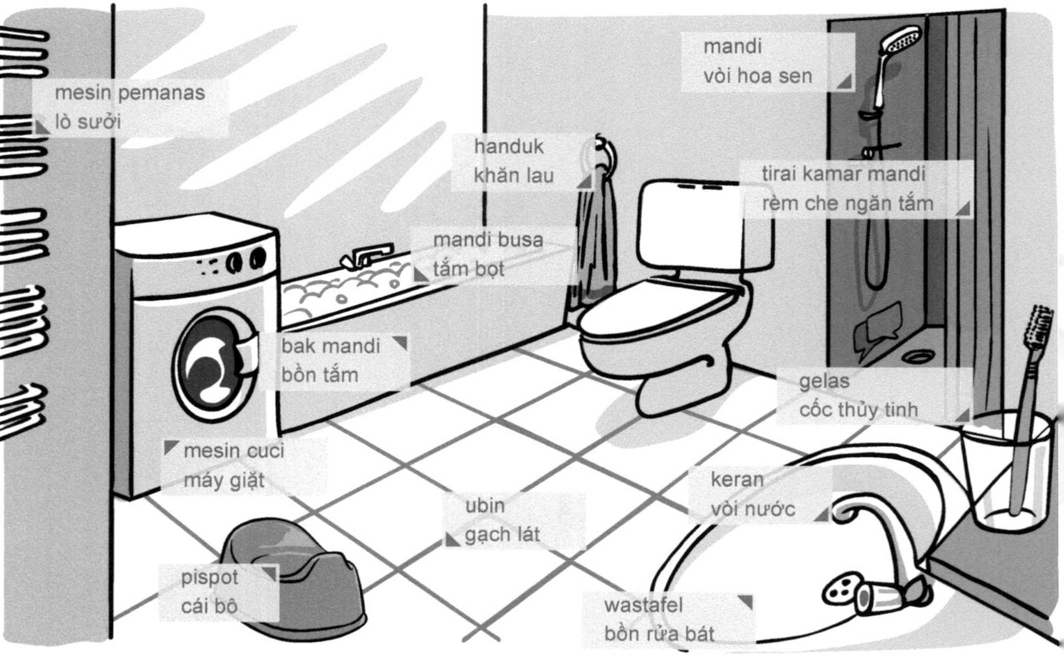
mesin pemanas
lò sưởi
mandi
vòi hoa sen
handuk
khăn lau
tirai kamar mandi
rèm che ngăn tắm
mandi busa
tắm bọt
bak mandi
bồn tắm
gelas
cốc thủy tinh
mesin cuci
máy giặt
keran
vòi nước
ubin
gạch lát
pispot
cái bô
wastafel
bồn rửa bát

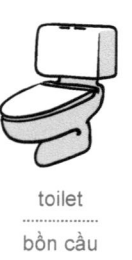

toilet
bồn cầu

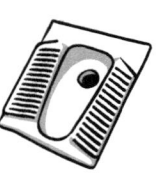

toilet jongkok
bồn cầu ngồi xổm

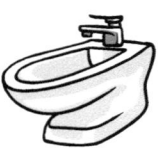

bidet
bồn rửa hậu môn

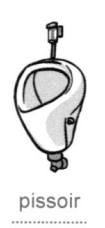

pissoir
bồn tiểu tiện

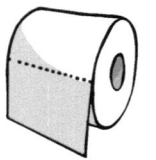

kertas toilet
giấy vệ sinh

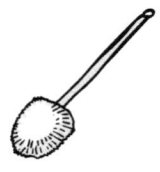

sikat toilet
bàn chải cọ bồn cầu

sikat gigi

bàn chải đánh răng

pasta gigi

kem đánh răng

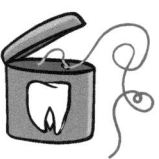

benang gigi

chỉ nha khoa

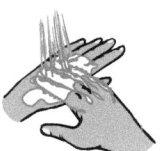

menyuci

rửa

pancuran tangan

vòi sen cầm tay

pancuran

vòi rửa hậu môn

bak

bồn rửa

sikat punggung

bàn chải cọ lưng

sabun

xà phòng

gel mandi

sữa tắm

sampo

dầu gội

planel

khăn cọ để tắm

kuras

lỗ thoát nước

krim

kem

deodoran

chất khử mùi

kaca

gương

cermin tangan

gương tay

pisau cukur

dao cạo râu

busa cukur

kem cạo râu

aftershave

nước thơm dùng sau khi
cạo râu

sisir

cái lược

sikat

bàn chải

alat pengering rambut

máy xấy tóc

semprot rambut

keo xịt tóc

makeup

đồ trang điểm

lipstik

thỏi son môi

cat kuku

sơn bôi móng

kapas

bông

gunting kuku

kéo cắt móng

minyak wangi

nước hoa

kantong pencuci

túi đựng đồ tắm

bangku

ghế đẩu

timbangan

cái cân

mantel mandi

áo choàng tắm

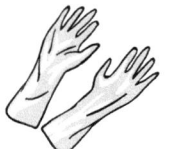

sarung tangan karet

găng tay làm vệ sinh

tampon

nút gạc

handuk pembalut

băng vệ sinh

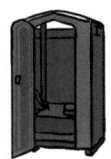

toilet kimia

nhà vệ sinh hóa chất

kamar anak

phòng trẻ em

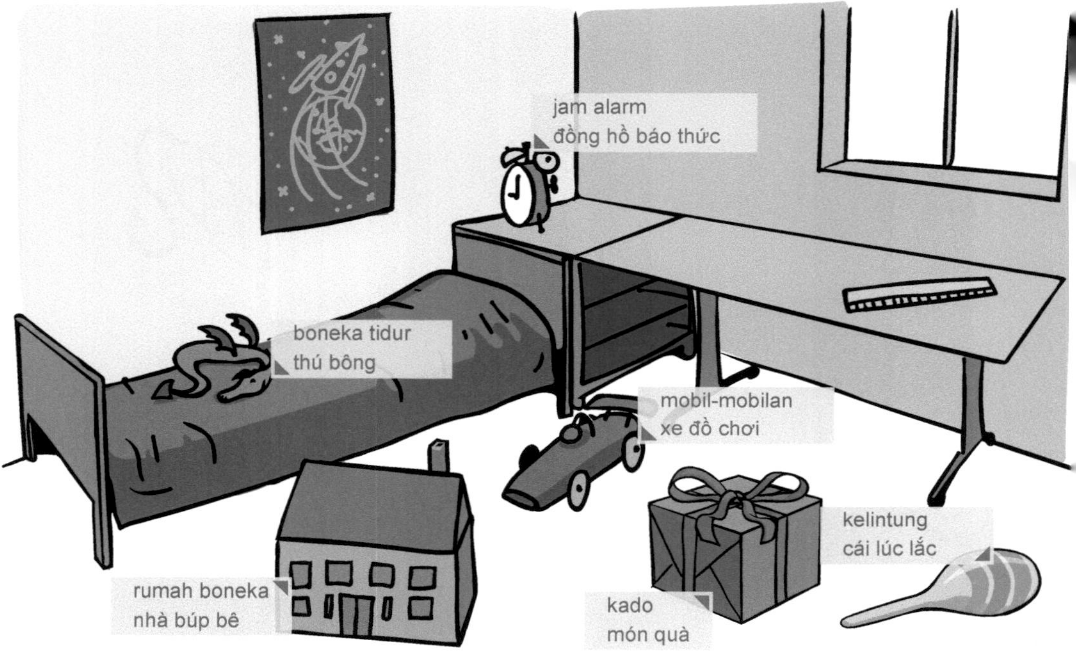

jam alarm
đồng hồ báo thức
boneka tidur
thú bông
mobil-mobilan
xe đồ chơi
kelintung
cái lúc lắc
rumah boneka
nhà búp bê
kado
món quà

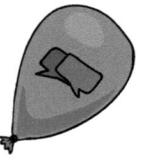

balon

bong bóng

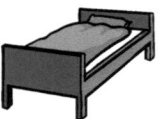

tempat tidur

giường

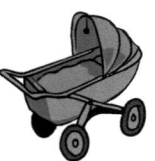

kereta bayi

xe nôi

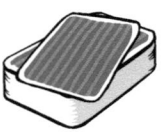

mainan kartu

trò chơi bài

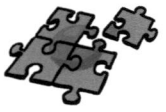

teka-teki

trò chơi ghép hình

komik

truyện tranh

mainan lego

gạch Lego

blok mainan

khối xếp hình

figur aksi

nhân vật hành động

baju monyet

áo liền quần cho trẻ sơ sinh

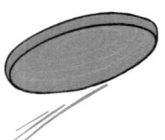

frisbee

đĩa nhựa để ném

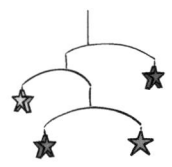

mobile

đồ chơi treo trên giường

permainan papan

trò chơi cờ bàn

dadu

xúc xắc

set model kreta api

đồ chơi xe lửa mô hình

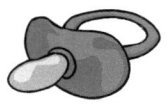

dot

ti giả

pesta

buổi tiệc

buku gambar

sách tranh

bola

quả bóng

boneka

búp bê

bermain

chơi

tempat main pasir

hố cát

ayunan

cái đu

mainan

đồ chơi

video game konsol

máy chơi game cầm tay

sepeda roda tiga

xe ba bánh

teddy

gấu bông

lemari pakaian

tủ quần áo

pakaian
y phục

kaos kaki

bít tất

kaos kaki

bít tất dài

baju ketat

quần tất

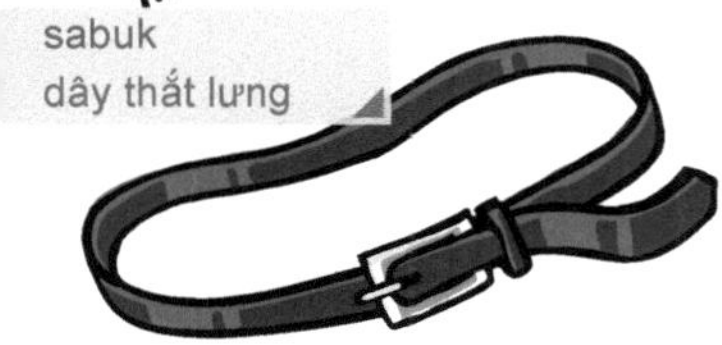

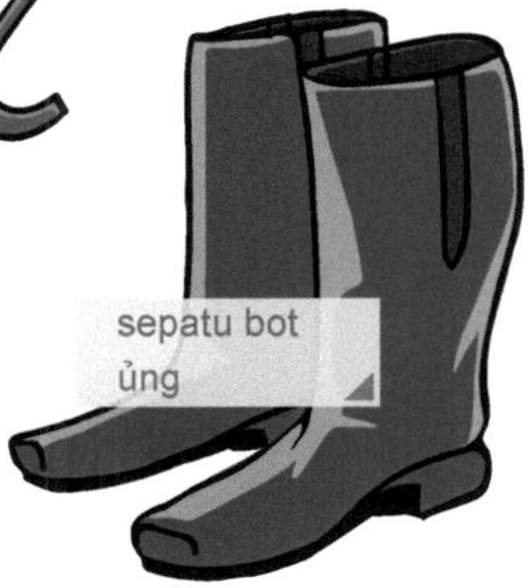

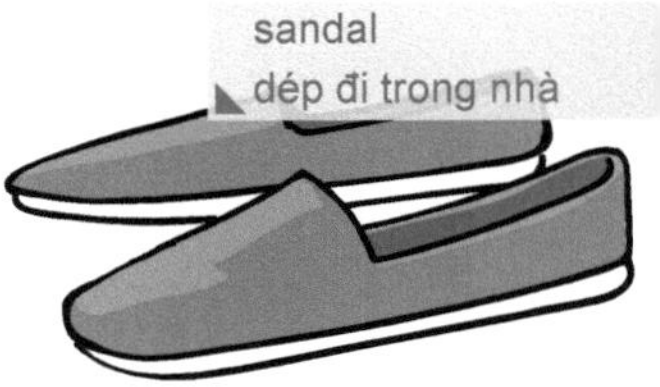

syal
khăn choàng cổ

payung
ô che mưa

sabuk
dây thắt lưng

kaos
áp phông

sepatu bot
ủng

sandal
dép đi trong nhà

sepatu
giày sneaker

sandal
dép xăng đan

sepatu
giày

sepatu bot karet
ủng cao su

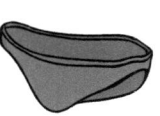

celana dalam
quần lót

BH
áo ngực

baju rompi
áo vest

body

áo ôm sát cơ thể

celana

quần dài

jeans

quần bò

rok

váy

blus

áo cánh

kemeja

áo sơ mi

aket berkerudung

áo len chui đầu

sweater

áo len

jaket

áo blazer

jaket

áo jacket

mantel

áo khoác

jas hujan

áo mưa

kostum

trang phục

gaun

áo váy

gaun pengantin

áo cưới

setelan resmi

bộ com lê

gaun tidur

áo ngủ

piyama

pijama

sari

trang phục sari

jilbab

khăn trùm đầu

turban

khăn đội đầu

burka

áo burka

kaftan

áo captan

abaya

áo aba

pakaian renang

quần áo bơi

celana renang

quần bơi

celana pendek

quần đùi

olah raga

quần áo tracksuit

celemek

tạp dề

sarung tangan

găng tay

kancing

cái cúc

kacamata

kính mắt

gelang

vòng đeo tay

kalung

vòng cổ

cincin

nhẫn

anting

hoa tai

topi

mũ lưỡi trai

gantungan mantel

cái mắc treo áo quần

topi

mũ

dasi

cà vạt

ritsleting

dây kéo phéc mơ tuya

helm

mũ bảo hiểm

tali selempang

dây đeo quần

seragam sekolah

đồng phục học sinh

seragam

đồng phục

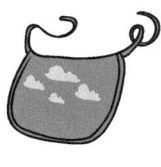

oto

yếm trẻ em

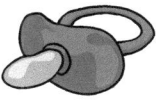

dot

ti giả

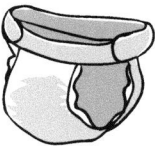

popok

tã lót

kantor
văn phòng

server
máy chủ
lemari arsip
tủ hồ sơ
pencetak
máy in
kertas
giấy
layar
màn hình
mouse komputer
chuột máy tính
meja kerja
bàn làm việc
tempat pengarsipan
thư mục
papan tombol
bàn phím
tempat sampah
thùng rác giấy
computer
máy tính
kursi
ghế

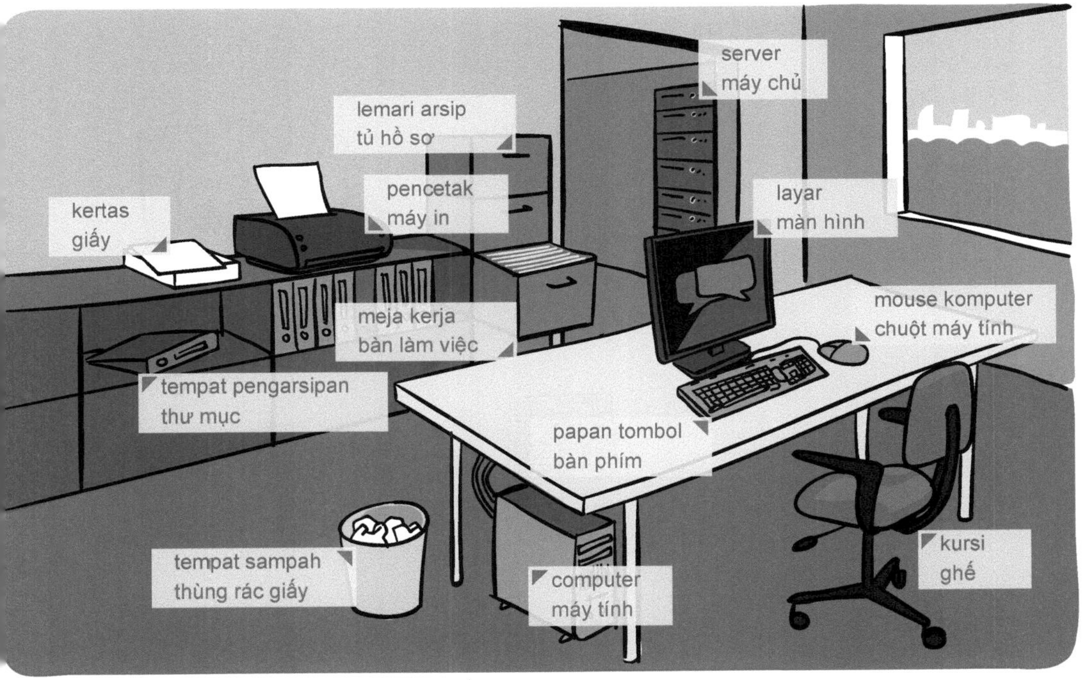

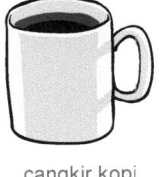

cangkir kopi

cốc cà phê

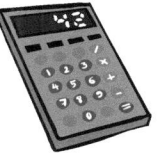

kalkulator

máy tính bỏ túi

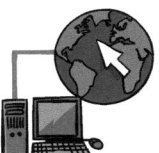

internet

internet

laptop
laptop

surat
thư

pesan
tin nhắn

telepon seluler
điện thoại di động

jaringan
mạng

fotokopi
máy photocopy

software
phần mềm

telepon
điện thoại

plug soket
ổ cắm điện

mesin fax
máy fax

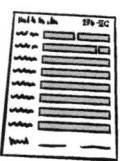

formulir
mẫu đơn

dokumen
chứng từ

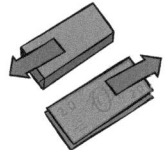

membeli

mua

membayar

trả tiền

berdagang

buôn bán

uang

tiền

Dollar

đô la

Euro

Euro

Yen

yên

Rubel

rúp

Franc Swiss

franc Thụy Sĩ

Renminbi Yuan

nhân dân tệ

Rupiah

rupi

ATM

máy rút tiền tự động

kantor pertukaran mata
uang
quầy đổi tiền

emas
vàng

perak
bạc

minyak
dầu

energi
năng lượng

harga
giá tiền

kontrak
hợp đồng

pajak
thuế

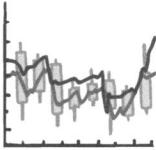

saham
cổ phiếu

bekerja
làm việc

karyawan
nhân viên

majikan
chủ lao động

pabrik
nhà máy

toko
cửa hiệu

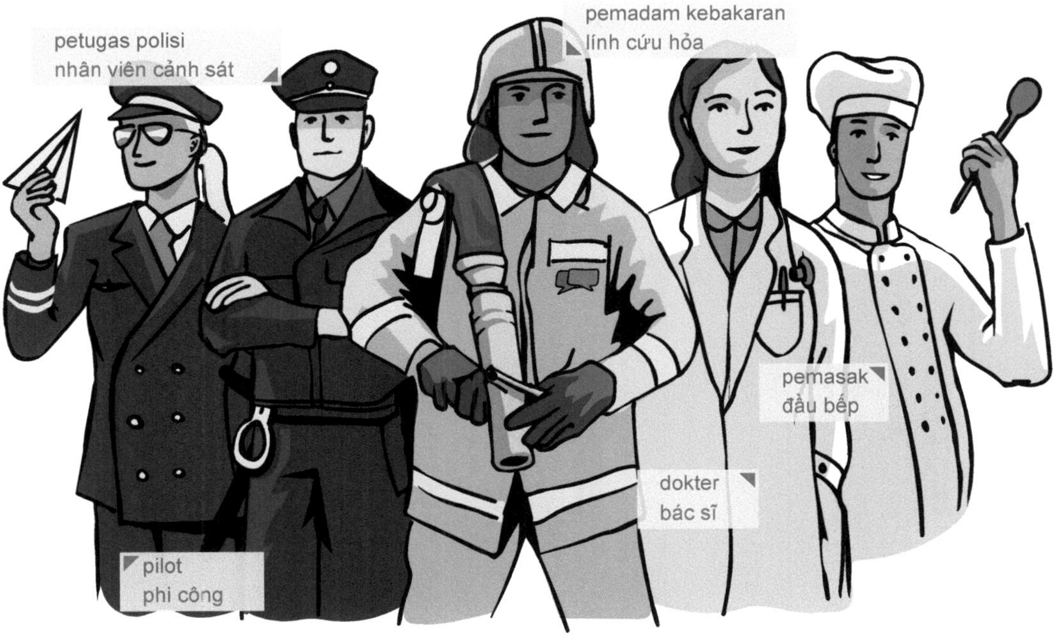

petugas polisi
nhân viên cảnh sát

pemadam kebakaran
lính cứu hỏa

pemasak
đầu bếp

dokter
bác sĩ

pilot
phi công

tukan kebun	tukang kayu	penjahit wanita
người làm vườn	thợ mộc	thợ may

hakim	ahli kimia	aktor
chánh án	nhà hóa học	diễn viên

sopir bis

tài xế xe buýt

sopir taksi

người lái taxi

nelayan

ngư dân

pembantu

người lau dọn vệ sinh

tukang atap

thợ lợp mái nhà

pelayan

bồi bàn

pemburu

thợ săn

pelukis

họa sĩ

tukang roti

thợ làm bánh

tukang listrik

thợ điện

pembangun

thợ xây dựng

insinyur

kỹ sư

tukang daging

người hàng thịt

tukang ledeng

thợ sửa ống nước

tukang pos

người đưa thư

tentara

người lính

arsitek

kiến trúc sư

kasir

nhân viên thu ngân

penjual bunga

người bán hoa

penata rambut

thợ cắt tóc

konduktor

nhân viên soát vé

montir

thợ cơ khí

kapten

thuyền trưởng

dokter gigi

nha sĩ

ilmuwan

nhà khoa học

rabbi

giáo sĩ Do thái

imam

lãnh tụ Hồi giáo

biarawan

nhà sư

pendeta

mục sư

alat
dụng cụ

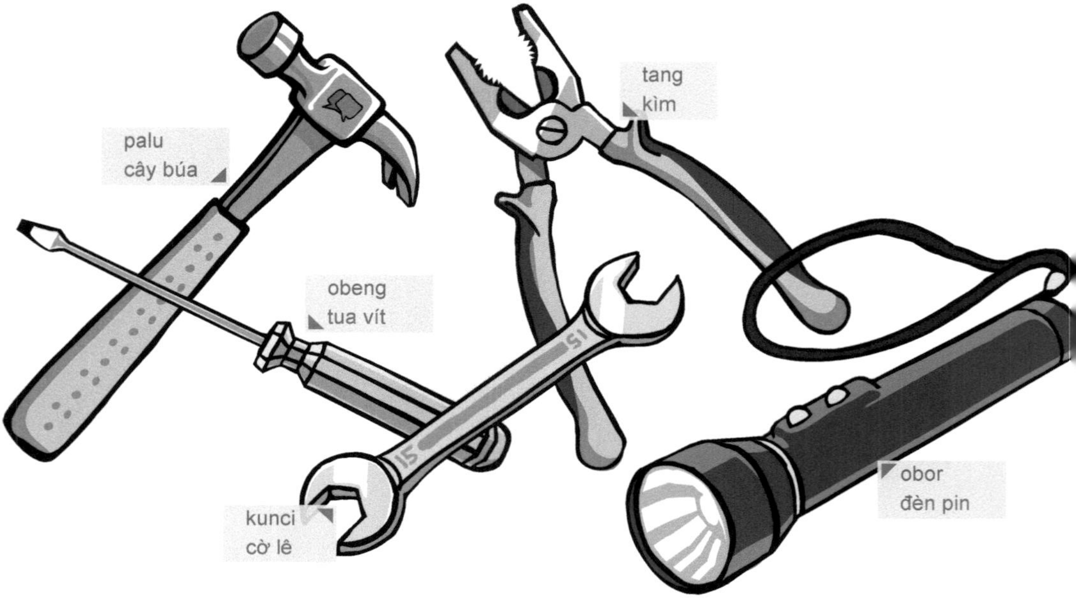

palu
cây búa
tang
kìm
obeng
tua vít
kunci
cờ lê
obor
đèn pin

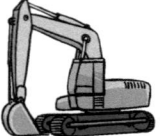

penggali
máy xúc đất

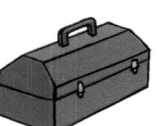

tas perkakas
hộp dụng cụ

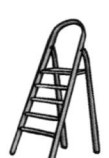

tangga
cái thang

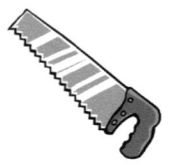

gergaji
cưa

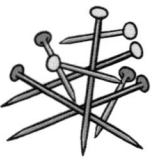

paku
đinh

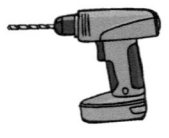

bor
máy khoan

perbaikan

sửa chữa

sekop

cái xẻng

Sialan!

khốn nạn!

cikrak

cái hót rác

pot cat

thùng sơn

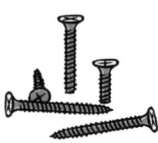

sekrup

vít

alat musik
nhạc cụ

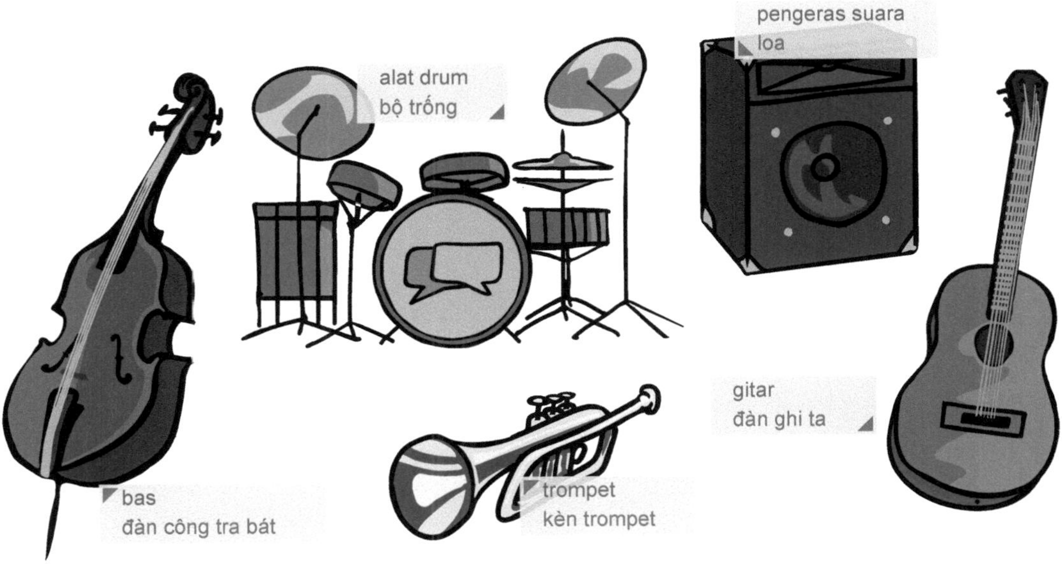

alat drum
bộ trống

pengeras suara
loa

bas
đàn công tra bát

trompet
kèn trompet

gitar
đàn ghi ta

piano

đàn piano

violin

đàn vĩ cầm

bass

ghi ta bass

tambur

trống định âm

drum

trống

keyboard

đàn organ

saksofon

kèn Saxophone

suling

sáo

mikrofon

micro

kebun binatang
vườn bách thú

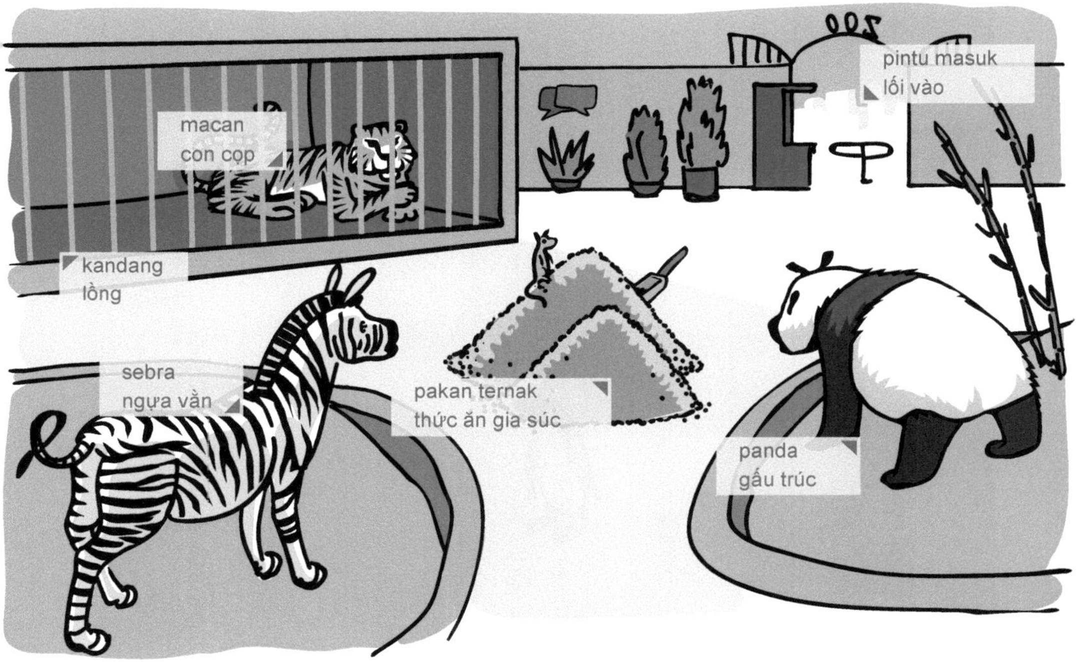

pintu masuk
lối vào
macan
con cọp
kandang
lồng
sebra
ngựa vằn
pakan ternak
thức ăn gia súc
panda
gấu trúc

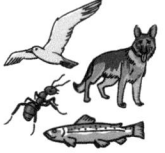

hewan

động vật

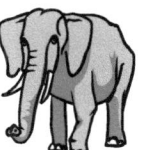

gajah

con voi

kanguru

chuột túi

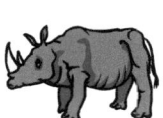

badak

tê giác

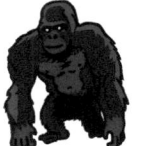

gorila

khỉ đột

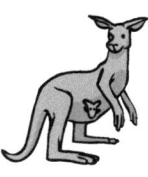

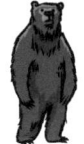

beruang

con gấu

unta

lạc đà

burung unta

đà điểu

singa

sư tử

monyet

con khỉ

flamingo

hồng hạc

burung beo

con vẹt

beruang polar

gấu bắc cực

penguin

chim cánh cụt

hiu

cá mập

merak

con công

ular

con rắn

buaya

cá sấu

penjaga kebun binatang

người trông giữ vườn bách thú

segel

hải cẩu

jaguar

báo đốm

kuda poni

ngựa lùn

macan tutul

con báo

kuda nil

hà mã

jerapah

hươu cao cổ

burung elang

đại bàng

babi jantan

heo rừng

ikan

cá

kura-kura

con rùa

anjing laut

hải mã

rubah

con cáo

kijang

linh dương

olahraga
thể thao

american football
bóng bầu dục Mỹ

naik sepeda
đua xe đạp

tennis
quần vợt

basketbal
bóng rổ

bernang
bơi

hoki es
khúc côn cầu trên băng

tinju
đấm bốc

sepak bola

bóng đá

badminton

cầu lông

atletik

điền kinh

bola tangan

bóng ném

main ski

trượt tuyết

polo

polo

aktivitas
các hoạt động

ketawa
cười
meloncat
nhảy
memeluk
ôm
berjalan
đi bộ
menyanyi
ca hát
mengimpi
mơ
berdoa
cầu nguyện
mencium
hôn

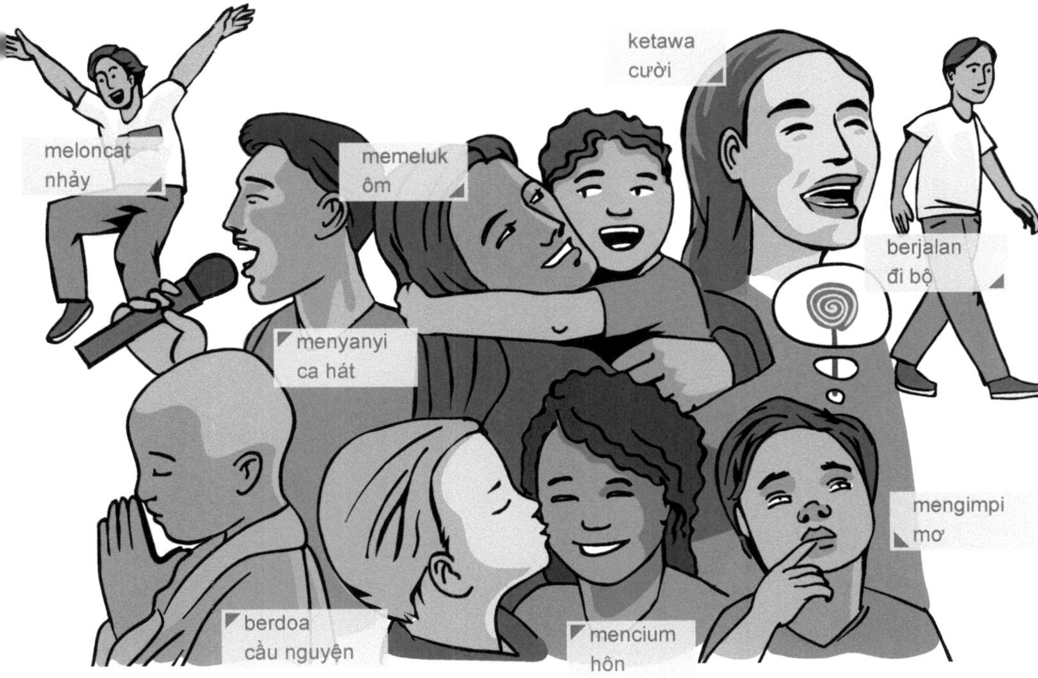

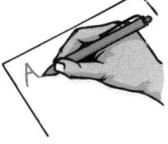

menulis
viết

melukis
vẽ

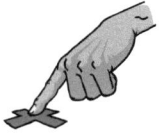

menunjuk
chỉ trỏ

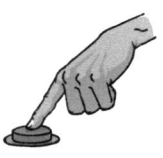

mendorong
đẩy

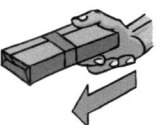

memberikan
cho

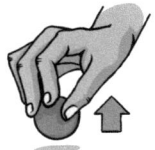

mengambil
lấy đi

mempunyai

có

melakukan

làm

adalah

thì / là

berdiri

đứng

berlari

chạy

menarik

kéo

melempar

ném

jatuh

rơi

tidur

nằm

menunggu

chờ đợi

membawa

mang vác

duduk

ngồi

berpakaian

mặc quần áo

tidur

ngủ

bangun

thức dậy

melihat

xem

menangis

khóc

mengelus

vuốt ve

menyisir

chải

berbicara

nói chuyện

mengerti

hiểu

menanyak

câu hỏi

mendengar

nghe

minum

uống

makan

ăn

merapikan

dọn dẹp

cinta

yêu

memasak

nấu nướng

menyetir

lái xe

terbang

bay

aktivitas - các hoạt động

berlayar

đi thuyền buồm

menghitung

tính toán

membaca

đọc

belajar

học

bekerja

làm việc

menikah

cưới

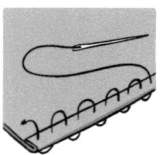

menjahit

khâu vá

sikat gigi

đánh răng

membunuh

giết

merokok

hút thuốc

kirim

gửi đi

keluarga
gia đình

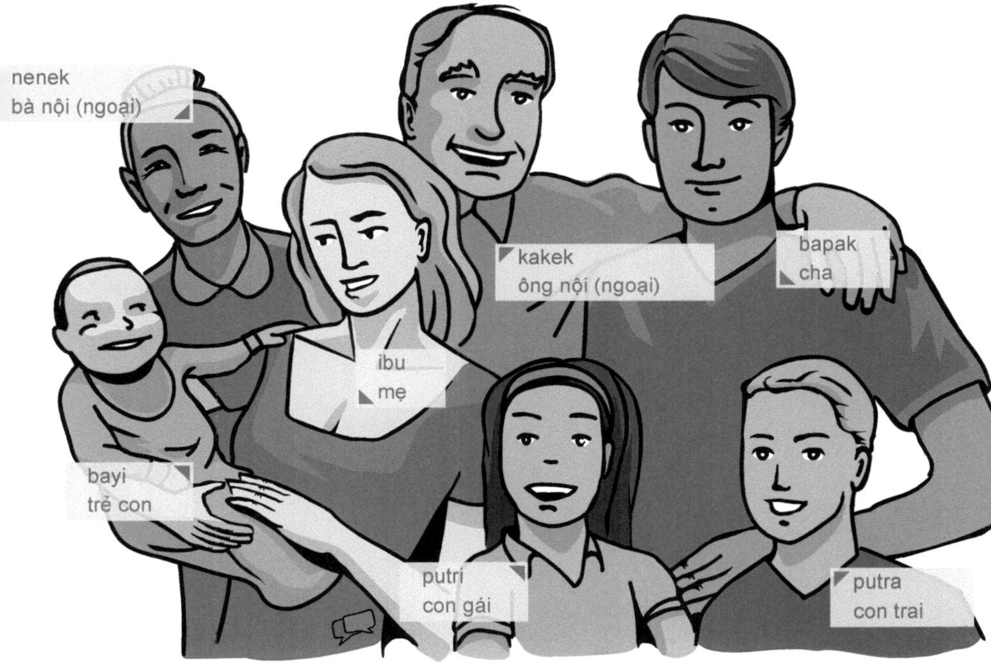
nenek
bà nội (ngoại)
kakek
ông nội (ngoại)
bapak
cha
ibu
mẹ
bayi
trẻ con
putri
con gái
putra
con trai

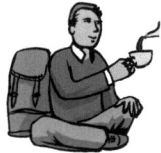

tamu
khách

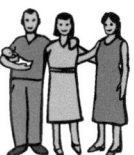

bibi
cô (dì)

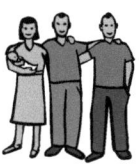

paman
chú, bác (cậu)

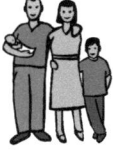

kakak laki
anh (em) trai

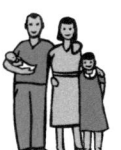

kakak perempuan
chị (em) gái

badan

cơ thể

dahi
trán
mata
mắt
muka
mặt
dagu
cằm
payudara
ngực
jari
ngón tay
tangan
bàn tay
lengan
cánh tay
bahu
vai
kaki
chân

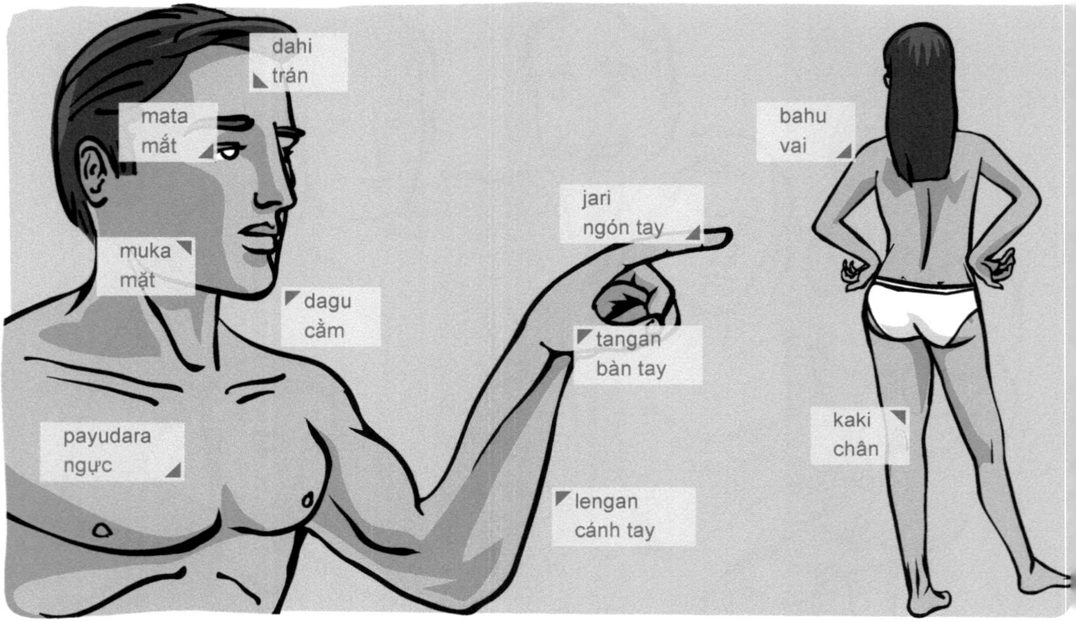

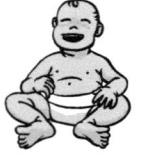

bayi

trẻ con

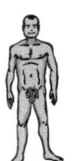

pria

đàn ông

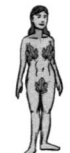

wanita

phụ nữ

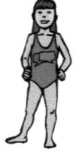

perempuan

bé gái

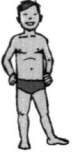

laki

bé trai

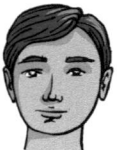

kepala

đầu

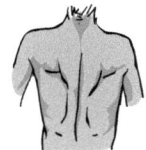

punggung

lưng

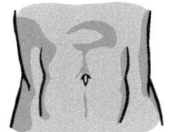

perut

bụng

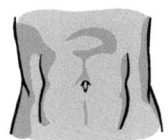

pusar

rốn

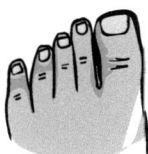

toe

ngón chân

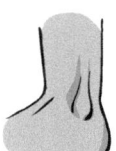

tumit

gót chân

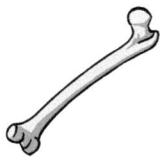

tulang

xương

pinggang

hông

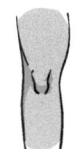

lutut

đầu gối

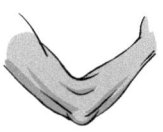

siku

khuỷu tay

hidung

mũi

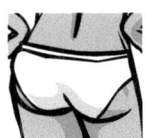

pantat

mông

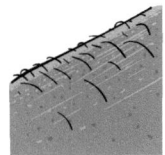

kulit

da

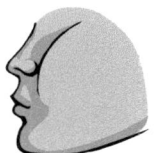

pipi

má

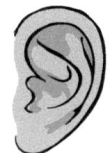

telinga

tai

bibir

môi

mulut

miệng

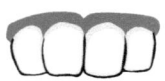

gigi

răng

lidah

lưỡi

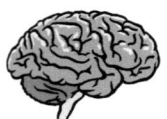

otak

não

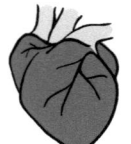

jantung

tim

otot

cơ bắp

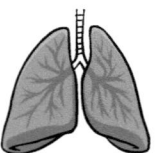

paru-paru

phổi

hati

gan

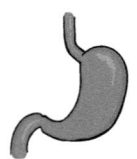

stomach

dạ dày

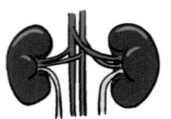

ginjal

thận

hubungan seks

giao hợp

kondom

bao cao su

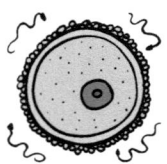

sel telur

noãn

sperma

tinh dịch

kehamilan

mang thai

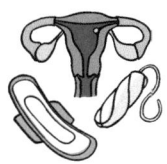

menstruasi

kinh nguyệt

vagina

âm vật

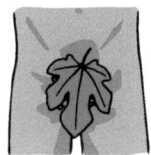

penis

dương vật

alis

lông mày

rambut

tóc

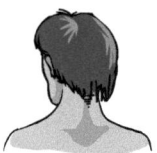

leher

cổ

badan - cơ thể

rumah sakit
bệnh viện

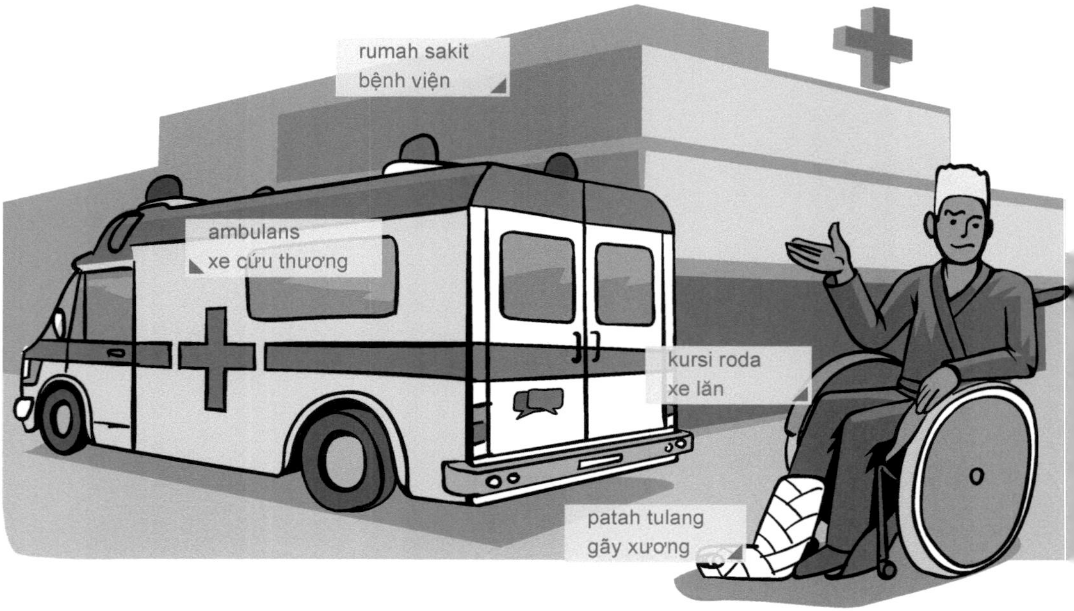

rumah sakit
bệnh viện
ambulans
xe cứu thương
kursi roda
xe lăn
patah tulang
gãy xương

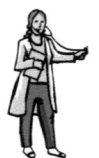

dokter

bác sĩ

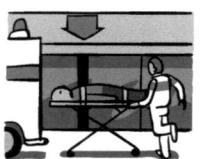

ruang darurat

phòng cấp cứu

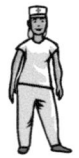

perawat

y tá

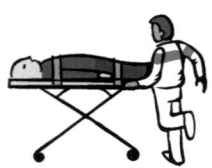

darurat

cấp cứu

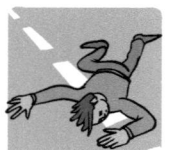

semaput

bất tỉnh

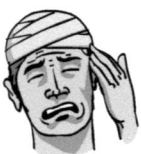

sakit

cơn đau

cedera

bị thương

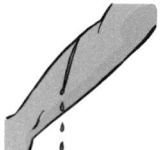

perdarahan

chảy máu

serangan jantung

nhồi máu cơ tim

stroke

đột quỵ

alergi

dị ứng

batuk

ho

demam

sốt

flu

cúm

diare

tiêu chảy

sakit kepala

đau đầu

kanker

ung thư

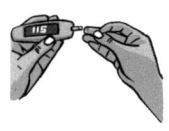

diabetes

bệnh tiểu đường

ahli bedah

bác sĩ phẫu thuật

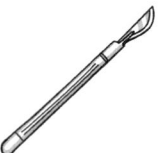

pisau bedah

dao mổ

operasi

giải phẫu

CT

chụp cắt lớp

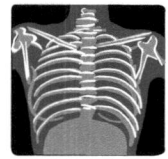

sinar x

chụp x-quang

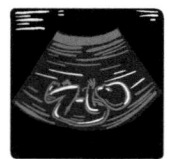

usg

siêu âm

topeng

mặt nạ

penyakit

bệnh

ruang tunggu

phòng đợi

penyokong

cái nạng

plester

băng dán vết thương

perban

băng bó

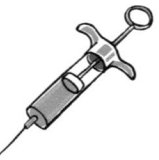

injeksi

tiêm thuốc

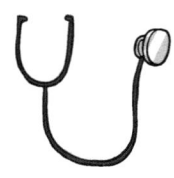

stetoskop

ống nghe khám bệnh

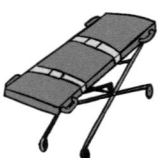

usungan

băng ca

termometer klinis

nhiệt kế

kelahiran

sinh đẻ

kelebihan berat badan

thừa cân

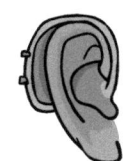

alat pendengar

máy trợ thính

desinfektan

chất khử trùng

infeksi

nhiễm trùng

virus

vi rút

HIV / AIDS

HIV / AIDS

obat

thuốc

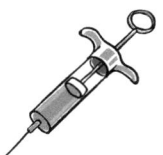

vaksinasi

tiêm chủng

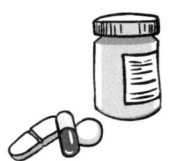

tablet

thuốc viên

pil

viên thuốc

panggilan darurat

gọi cấp cứu

ukur tekanan darah

máy đo huyết áp

sakit / sehat

bệnh / khỏe mạnh

Tolong!

cứu!

alarm

báo động

penyerbuan

cuộc đột kích

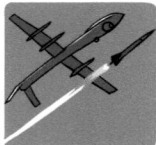

serangan

sự tấn công

bahaya

mối nguy hiểm

pintu darurat

lối thoát hiểm

Api!

cháy!

alat pemadam kebakaran

bình chữa cháy

kecelakaan

tai nạn

kit pertolongan pertama

bộ dụng cụ sơ cứu

SOS

SOS

polisi

cảnh sát

Eropa

châu Âu

Amerika Utara

Bắc Mỹ

Amerika Selatan

Nam Mỹ

Afrika

châu Phi

Asia

châu Á

Australi

châu Úc

Atlantik

Đại Tây Dương

Pasifik

Thái Bình Dương

Samudra India

Ấn Độ Dương

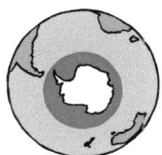

Samudra Antartika

Nam Cực Dương

Samudra Arktik

Bắc Băng Dương

kutub utara

bắc cực

kutub selatan
nam cực

Antarktika
nam cực

bumi
trái đất

tanah
đất liền

laut
biển

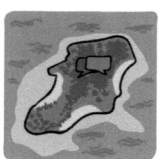

pulau
đảo

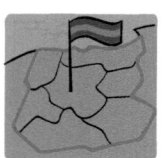

bangsa
quốc gia

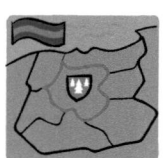

negara
nhà nước

jam wajah

mặt đồng hồ

jarum pendek

kim chỉ giờ

jarum menit

kim chỉ phút

jarum detik

kim chỉ giây

Jam berapa?

Bây giờ là mấy giờ?

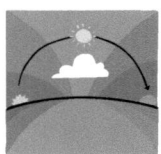

hari

ngày

waktu

thời gian

sekarang

bây giờ

jam digital

đồng hồ điện tử

menit

phút

jam

giờ

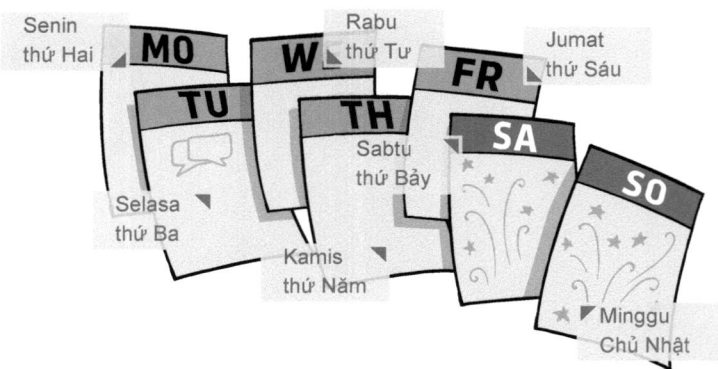

Senin
thứ Hai

Rabu
thứ Tư

Jumat
thứ Sáu

Selasa
thứ Ba

Sabtu
thứ Bảy

Kamis
thứ Năm

Minggu
Chủ Nhật

kemaren

hôm qua

hari ini

hôm nay

besok

ngày mai

pagi

buổi sáng

siang

buổi trưa

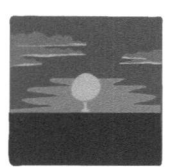

malam

buổi tối

hari kerja

ngày làm việc

akhir minggu

cuối tuần

tahun

năm

hujan
mưa
pelangi
cầu vồng
angin
gió
salju
tuyết
musim semi
mùa xuân
musim gugur
mùa thu
musim panas
mùa hè
musim dingin
mùa đông

4.APRIL 11°
5.APRIL 4°
6.APRIL 13°
7.APRIL 8°
8.APRIL 10°

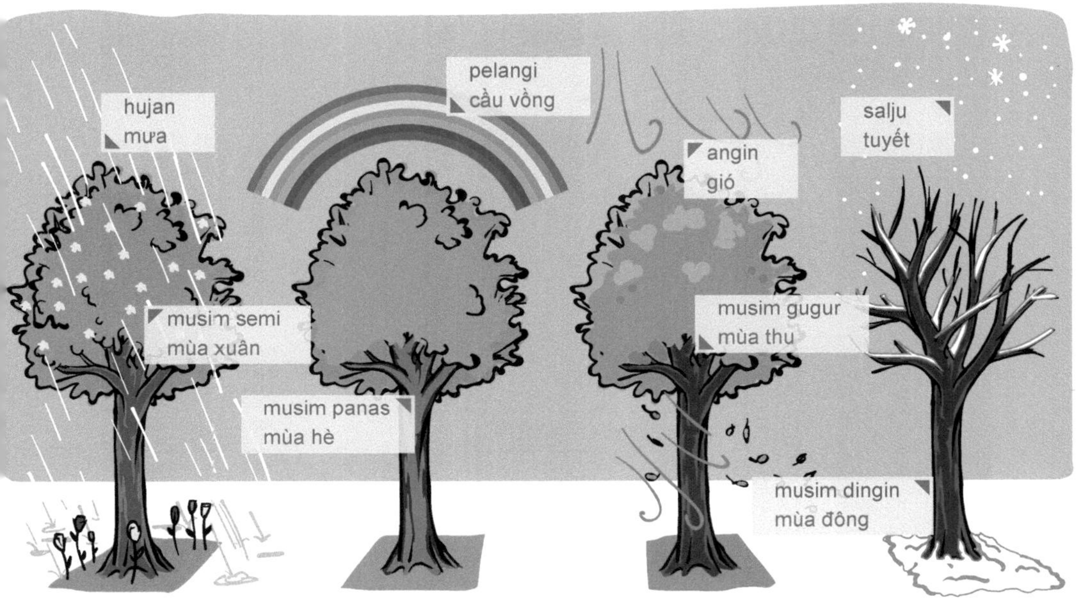

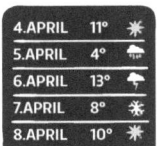

ramalan cuaca

dự báo thời tiết

F C
120 40
90 30
60 20
30 10
0 0
-30 -10
-20

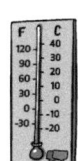

termometer

nhiệt kế

matahari

ánh nắng

awan

mây

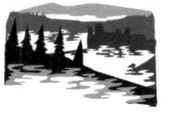

kabut

sương mù

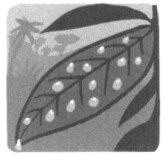

kelembahan

độ ẩm không khí

kilat

tia chớp

guntur

sấm sét

badai

cơn bão

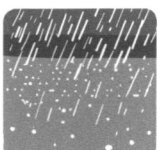

hujan es

mưa đá

monsun

gió mùa

banjir

lũ lụt

es

nước đá

Januari

tháng Một

Februari

tháng Hai

Maret

tháng Ba

April

tháng Tư

Mei

tháng Năm

Juni

tháng Sáu

Juli

tháng Bảy

Agustus

tháng Tám

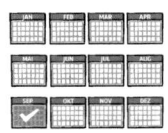

September
....
tháng Chín

Oktober
....
tháng Mười

November
....
tháng Mười Một

Desember
....
tháng Mười Hai

bentuk

hình dạng

lingkaran
....
hình tròn

persegi
....
hình vuông

persegi panjang
....
hình chữ nhật

segi tiga
....
hình tam giác

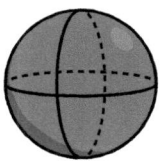

bola
....
hình cầu

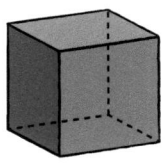

kubus
....
khối vuông

putih

màu trắng

kuning

màu vàng

oranye

màu cam

pink

màu hồng

merah

màu đỏ

ungu

màu tím

biru

màu xanh dương

hijau

màu xanh lá cây

coklat

màu nâu

abu-abu

màu xám

hitam

màu đen

banyak / sedikit

nhiều / ít

marah / tenang

tức tối / điềm tĩnh

cantik / jelek

xinh đẹp / xấu xí

mulaih / selesai

bắt đầu / kết thúc

besar / kecil

to / nhỏ

terang / gelap

sáng / tối

saudara laki-laki / saudara perempuan

anh (em) trai / chị (em) gái

bersih / kotor

sạch / bẩn

lengkap / tidak lengkap

đủ / thiếu

hari / malam

ngày / đêm

mati / hidup

chết / sống

luas / sempit

rộng / chật hẹp

dapat dimakan / tidak dapat dimakan

ăn được / không ăn được

jahat / baik

ác / tử tế

bersemangat / bosan

hào hứng / chán nản

gemuk / kurus

béo / gầy

pertama / terakhir

đầu tiên / cuối cùng

teman / musuh

bạn / thù

penuh / kosong

đầy / rỗng

keras / lembut

cứng / mềm

berat / enteng

nặng / nhẹ

lapar / haus

đói / khát

sakit / sehat

bệnh / khỏe mạnh

ilegal / legal

bất hợp pháp / hợp pháp

cerdas / bodoh

thông minh / ngu

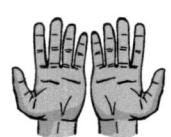

kiri / kanan

trái / phải

dekat / jauh

gần / xa

baru / bekas
....
mới / cũ

tidak ada apapun / sesuatu
....
không có gì cả / có cái gì đó

tua / muda
....
già / trẻ

nyala / mati
....
bật / tắc

buka / tutup
....
mở / đóng

tenang / keras
....
im lặng / ồn ào

kaya / miskin
....
giàu / nghèo

benar / salah
....
đúng / sai

kasar / halus
....
sần sùi / mịn màng

sedih / gembira
....
buồn / vui

pendek / panjang
....
ngắn / dài

pelan-pelan / cepat
....
chậm / nhanh

basah / kering
....
ẩm ướt / khô ráo

hangat / sejuk
....
ấm áp / mát mẻ

perang / damai
....
chiến tranh / hòa bình

0	**1**	**2**
nol	satu	dua
số không	một	hai

3	**4**	**5**
tiga	empat	lima
ba	bốn	năm

6	**7**	**8**
enam	tujuh	delapan
sáu	bảy	tám

9	**10**	**11**
sembilan	sepuluh	sebelas
chín	mười	mười một

12

duabelas

mười hai

13

tigabelas

mười ba

14

empatbelas

mười bốn

15

limabelas

mười lăm

16

enambelas

mười sáu

17

tujuhbelas

mười bảy

18

delapanbelas

mười tám

19

sembilanbelas

mười chín

20

duapuluh

hai mươi

100

seratus

một trăm

1.000

seribu

một ngàn

1.000.000

juta

một triệu

Inggris

tiếng Anh

bahasa Inggris Amerika

tiếng Anh Mỹ

bahasa Cina Mandarin

tiếng Quan Thoại

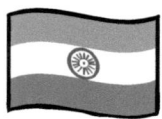

bahasa Hindi

tiếng Hin-di

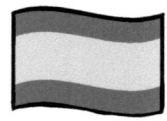

bahasa Spanyol

tiếng Tây Ban Nha

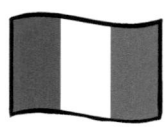

bahasa Perancis

tiếng Pháp

bahasa Arab

tiếng Ả-rập

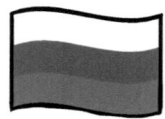

bahasa Rusia

tiếng Nga

bahasa Portugis

tiếng Bồ Đào Nha

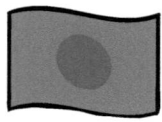

bahasa Bengal

tiếng Bengal

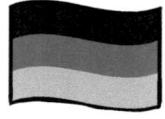

bahasa Jerman

tiếng Đức

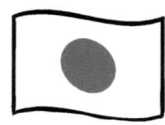

bahasa Jepang

tiếng Nhật

saya

tôi

kamu

bạn

dia

anh ta / cô ta / nó

kita

chúng tôi

kalian

các bạn

mereka

họ

siapa?

ai?

apa?

cái gì?

begaimana?

như thế nào?

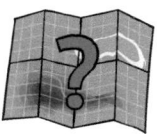

dimana?

ở đâu?

kapan?

lúc nào?

nama

tên

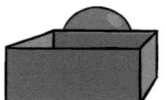

dibelakang

phía sau

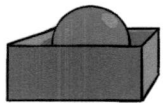

di

ở trong

didepan

phía trước

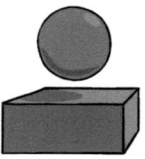

diatas

phía trên

diatas

ở trên

dibawah

ở dưới

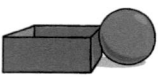

sebelah

bên cạnh

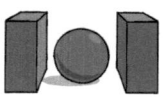

di antara

ở giữa

tempat

chỗ